KINH
NGŨ BÁCH DANH
QUÁN THẾ ÂM

KINH NGŨ BÁCH DANH QUÁN THẾ ÂM

Hòa thượng THÍCH NHƯ ĐIỂN Việt dịch

Copyright © 2023 by UBP (United Buddhist Publisher)

KINH NGŨ BÁCH DANH QUÁN THẾ ÂM

Hòa thượng THÍCH NHƯ ĐIỂN Việt dịch

NHÀ XUẤT BẢN LIÊN PHẬT HỘI

NỘI DUNG

NGHI THỨC KHAI KINH 5
PHẦN CHÁNH KINH 17
PHẦN SÁM HỐI 89

NGHI THỨC KHAI KINH

(Phần nghi thức này không thuộc Kinh văn nhưng cần tụng niệm trước để tâm thức được an tịnh trước khi đi vào tụng đọc Kinh văn)

NIÊM HƯƠNG

(Thắp đèn đốt hương trầm, đứng ngay ngắn chắp tay ngang ngực thầm niệm theo nghi thức dưới đây.)

Tịnh pháp giới chân ngôn:
   Án lam tóa ha.

(3 lần)

Tịnh tam nghiệp chân ngôn:
   Án ta phạ bà phạ, thuật đà ta phạ, đạt ma ta phạ, bà phạ truật độ hám.

(3 lần)

(Chủ lễ thắp 3 cây hương, quỳ ngay ngắn nâng hương lên ngang trán niệm bài Cúng hương sau đây.)

NGHI THỨC KÍNH LỄ

CỬ TÁN

Cành dương nước tịnh,

Rưới khắp ba ngàn,

Tánh không, tám đức lợi trời người,

Pháp giới, dài lâu tăng trưởng,

Tội sớm tiêu trừ,

Lửa rực hóa sen hồng.

Nam Mô Thanh Lương Địa Bồ Tát Ma Ha Tát (3 lần)

Trí tuệ rộng sâu, biện tài lớn.

Ở trên đầu sóng, tuyệt trần ai,

Ánh Từ chiếu phá ngàn căn bệnh,

Cam lồ hay trừ vạn kiếp tai.

Liễu biếc, vẩy thành thế giới vàng,

Sen hồng vụt hiện nơi lầu báu,

Con nay lễ dâng hương tán thán,

Mong hướng cõi người, ứng hiện lai.

Nam Mô Quán Thế Âm Bồ Tát *(3 lần)*

Viên thông giáo chủ, dung sắc ánh vàng tợ trăng tròn. Hầu Đức Phật A Di Đà nơi cõi Cực Lạc, giúp Đức Phật Thích Ca trong cõi Ta Bà. Ở núi Lưu Ly đầy báu, ngồi trên toà sen hồng nghìn cánh. Quá khứ là Chánh Pháp Minh Vương, hiện tiền là Quán Tự Tại, Ba mươi hai ứng thân, rộng độ quần sanh. Bảy nạn, hai cầu nhiều phương đều hiện. Lực vi diệu thù thắng tán thán tận kiếp không cùng. Ngửa trông hồng từ, cúi xin xét tỏ.

Hôm nay chúng con dâng nén tín hương, cung thỉnh Bồ Tát, cầm cành dương liễu, vẩy nước cam lồ, trừ nóng bức não phiền, làm cho được mát mẻ. Theo tiếng kêu của bốn loài mà đến cứu, thuyết pháp cởi trói cho sáu cõi. Dùng tâm từ bi kiên cố và đầy đủ tướng đoan nghiêm tự tại, cầu gì được nấy; chẳng có nguyện nào mà chẳng đáp. Cho nên giờ đây chúng con nghiêm trì tịnh quán, thành tâm đọc tụng mật ngôn, gia trì nước pháp.

Nước Pháp này vuông tròn theo vật, đủ thiếu tùy thời. Xuân thịnh, đông suy, non ngừng nước chảy. Vằng vặc bao la khó tả, uy nghi chốn linh phái khó cùng. Khe xanh rồng ẩn, đầm lạnh trăng soi. Hoặc dưới ngọn bút của quân vương, ban cho ân huệ; hoặc trên nhành liễu của Bồ Tát, rưới thành cam lộ. Một giọt vừa rảy, mười phương đều sạch.

Bồ Tát nhành dương với cam lồ,

Hay khiến mỗi giọt biến mười phương,

Hôi tanh, nhơ nhớp đều gội sạch,

Làm cho đàn tràng đều thanh tịnh,

Nguyện với công đức thù thắng này,

Tám nạn ba đường các khổ tiêu,

Cùng khắp bốn ân đều báo đủ,

Rõ biết vượt qua biển khổ kia.

Trong lò vàng, hương báu thơm tỏa khắp nơi.

Với công đức tụng kinh chú này, hồi hướng đến Hộ Pháp Chư Thiên, Long, ba cõi sinh linh hàm triêm lợi lạc, những vị Chơn Tể giữ gìn đất Già lam, cầu nguyện phước báu trang nghiêm, bình an lành khắp. Nguyện cầu các vị hương linh đời trước và cho những oán thân trong các cõi đều vào biển tánh Tỳ Lô. Tất cả đều cung kính tin lễ Thường Trụ Tam Bảo.

PHỤNG HIẾN HƯƠNG HOA

(Tất cả mọi người đều quỳ xuống, thành tâm cúng dường hương hoa như pháp)

Hương năm phần xông khắp,

Hoa bảy giác trang nghiêm,

Chảy khắp bốn con sông,

Tán thán biển Tam Bảo.

Khiến thân, khẩu, ý con,

Dâng lên Phật, Pháp, Tăng,

Tạo thành mây sáng rực,

Lợi lạc đến vô cùng.

KỲ NGUYỆN

Tư thời đệ tử chúng đẳng phúng tụng kinh chú, xưng tán hồng danh, tập thử công đức, nguyện thập phương thường trú Tam bảo, Bổn sư Thích-ca Mâu-ni Phật từ bi gia hộ đệ tử... .... Pháp danh... .... phiền não đoạn diệt, nghiệp chướng tiêu trừ, thường hoạch kiết tường, vĩnh ly khổ ách. Phổ nguyện âm siêu dương thới, hải yến hà thanh, pháp giới chúng sanh tề thành Phật Đạo.

(Cắm hương ngay ngắn vào lư hương rồi đứng thẳng chắp tay niệm bài Tán Phật sau đây.)

TÁN PHẬT

Pháp vương Vô thượng tôn,
Tam giới vô luân thất.
Thiên nhân chi Đạo sư,
Tứ sanh chi từ phụ.

Ư nhất niệm quy y,
Năng diệt tam kỳ nghiệp.
Xưng dương nhược tán thán,
Ức kiếp mạc năng tận.

QUÁN TƯỞNG

Năng lễ sở lễ tánh không tịch,
Cảm ứng đạo giao nan tư nghì.
Ngã thử đạo tràng như đế châu,
Thập phương chư Phật ảnh hiện trung.
Ngã thân ảnh hiện chư Phật tiền,
Đầu diện tiếp túc quy mạng lễ.

Chí tâm đảnh lễ: Nam-mô tận hư không biến pháp giới quá, hiện, vị lai thập phương chư Phật, Tôn pháp, Hiền thánh tăng thường trú Tam bảo.

(1 lạy)

Chí tâm đảnh lễ: Nam-mô Ta-bà Giáo chủ Bổn sư Thích-ca Mâu-ni Phật, Đương lai hạ sanh Di-lặc Tôn Phật, Đại trí Văn-thù-sư-lợi Bồ Tát, Đại hạnh Phổ Hiền Bồ Tát, Hộ Pháp Chư Tôn Bồ Tát, Linh Sơn Hội Thượng Phật Bồ Tát.

(1 lạy)

Chí tâm đảnh lễ: Nam-mô Tây phương Cực Lạc Thế giới Đại từ Đại bi A-di-đà Phật, Đại bi Quán Thế Âm Bồ Tát, Đại Thế Chí Bồ Tát, Đại nguyện Địa Tạng Vương Bồ Tát, Thanh Tịnh Đại Hải Chúng Bồ Tát.

(1 lạy)
(Từ đây bắt đầu khai chuông mõ, Đại chúng đồng tụng.)

CHÚ ĐẠI BI

Nam-mô Đại Bi Hội Thượng Phật Bồ Tát.

(3 lần)

Thiên thủ thiên nhãn vô ngại Đại bi tâm đà-la-ni.

Nam mô hắc ra đát na đa ra dạ da. Nam mô a rị da, bà lô yết đế, thước bát ra da, bồ đề tát đỏa bà da, ma ha tát đỏa bà da, ma ha ca lô ni ca da. Án, tát bàn ra phạt duệ, số đát na đát tỏa.

Nam mô tất kiết lật đỏa y mông, a rị da bà lô kiết đế, thất phật ra lăng đà bà.

Nam mô na ra cẩn trì hê rị, ma ha bàn đa sa mế, tát bà a tha đậu du bằng, a thệ dựng, tát bà tát đa, na ma bà dà, ma phạt đạt đậu, đát điệt tha. Án a bà lô hê, lô ca đế, ca ra đế, di hê rị, ma ha bồ đề tát đỏa, tát bà tát bà, ma ra ma ra, ma hê ma hê, rị đà dựng cu lô cu lô, kiết mông độ lô độ lô, phạt xà da đế, ma ha phạt xà da đế, đà ra đà ra, địa rị ni, thất Phật ra da, dá ra dá ra. Mạ mạ phạt ma ra, mục đế lệ, y hê y hê, thất na thất na, a ra sâm Phật ra xá lợi, phạt sa phạt sâm, Phật ra xá da, hô lô hô lô ma ra, hô lô hô lô hê rị, ta ra ta ra, tất rị tất rị, tô rô tô rô, bồ đề dạ bồ đề dạ, bồ đà dạ bồ đà dạ, di đế rị dạ, na ra cẩn trì địa rị sắc ni na, ba dạ ma na, ta bà ha. Tất đà dạ, ta bà ha. Ma ha tất đà dạ ta bà ha. Tất đà du nghệ, thất bàn ra dạ, ta bà ha. Na ra cẩn trì, ta bà ha. Ma ra na ra, ta bà ha. Tất ra tăng a mục khê da, ta bà ha. Ta bà ma ha, a tất đà dạ, ta bà ha. Giả kiết ra a tất đà dạ, ta bà ha. Ba đà ma yết, tất đà dạ, ta bà ha. Na ra cẩn trì bàn đà ra dạ, ta bà ha. Ma bà lỵ thắng yết ra dạ, ta bà ha.

Nam mô hắc ra đát na đa ra dạ da. Nam mô a rị da bà lô yết đế, thước bàn ra dạ, ta bà ha.

Án tất điện đô, mạn đa ra, bạt đà dạ, ta bà ha. *(3 lần)*

Nam-mô Bổn sư Thích-ca Mâu-ni Phật.

(3 lần)

KHAI KINH KỆ

Vô thượng thậm thâm vi diệu pháp,
Bá thiên vạn kiếp nan tao ngộ,
Ngã kim kiến văn đắc thọ trì,
Nguyện giải Như Lai chân thật nghĩa.

Nam-mô Liên Trì Hải Hội Phật Bồ Tát.

(3 lần)

PHẦN CHÁNH KINH
KINH NGŨ BÁCH DANH

1. Chí tâm đảnh lễ: Nam Mô Đức Phật Bổn Sư Thích Ca Mâu Ni Giáo Chủ Cõi Ta Bà.

2. Chí tâm đảnh lễ: Nam Mô Quán Thế Âm Bồ Tát Trình Thưa Nhân Hạnh Xưa Trước Đức Phật Thích Ca Mâu Ni.

3. Chí tâm đảnh lễ: Nam Mô Quán Thế Âm Bồ Tát Vị Phật Xưa Thị Hiện.

4. Chí tâm đảnh lễ: Nam Mô Quán Thế Âm Bồ Tát Đương Lai Bổ Xứ Của Đức Phật A Di Đà.

5. Chí tâm đảnh lễ: Nam Mô Quán Thế Âm Bồ Tát Gặp Đức Phật Thiên Quang Vương Tĩnh Trụ Được Đại Bi Tâm Chú.

6. Chí tâm đảnh lễ: Nam Mô Quán Thế Âm Bồ Tát Trước Phật Lập Thệ Như Điều Nguyện Tức Hiện Nghìn Tay Nghìn Mắt.

7. Chí tâm đảnh lễ: Nam Mô Quán Thế Âm Bồ Tát Kiếp Quá Khứ Là Chánh Pháp Minh Vương Như Lai.

8. Chí tâm đảnh lễ: Nam Mô Quán Thế Âm Bồ Tát Tám Vạn Bốn Nghìn Tay Mẫu Đà La.

9. Chí tâm đảnh lễ: Nam Mô Quán Thế Âm Bồ Tát Nghìn Tay Nghìn Mắt.

10. Chí tâm đảnh lễ: Nam Mô Quán Thế Âm Bồ Tát Bốn Mươi Hai Tay.

11. Chí tâm đảnh lễ: Nam Mô Quán Thế Âm Bồ Tát Mười Tám Tay.

12. Chí tâm đảnh lễ: Nam Mô Quán Thế Âm Bồ Tát Mười Hai Tay.

13. Chí tâm đảnh lễ: Nam Mô Quán Thế Âm Bồ Tát Tám Tay.

14. Chí tâm đảnh lễ: Nam Mô Quán Thế Âm Bồ Tát Bốn Tay.

15. Chí tâm đảnh lễ: Nam Mô Quán Thế Âm Bồ Tát Nghìn Muôn Chuyển Biến.

16. Chí tâm đảnh lễ: Nam Mô Quán Thế Âm Bồ Tát Mười Hai Gương Mặt.

17. Chí tâm đảnh lễ: Nam Mô Quán Thế Âm Bồ Tát Mười Một Gương Mặt.

18. Chí tâm đảnh lễ: Nam Mô Quán Thế Âm Bồ Tát Chánh Thú.

19. Chí tâm đảnh lễ: Nam Mô Quán Thế Âm Bồ Tát Chú Lực Tỳ Câu Chi.

20. Chí tâm đảnh lễ: Nam Mô Quán Thế Âm Bồ Tát Uy Lực Mã Đầu Minh Vương.

21. Chí tâm đảnh lễ: Nam Mô Quán Thế Âm Bồ Tát Thần Chú A Da Yết Ly Bà.

22. Chí tâm đảnh lễ: Nam Mô Quán Thế Âm Bồ Tát Chú Lực Pháp Tinh.

23. Chí tâm đảnh lễ: Nam Mô Quán Thế Âm Bồ Tát Diệp Y (Áo Xanh).

24. Chí tâm đảnh lễ: Nam Mô Quán Thế Âm Bồ Tát Chú Lực Tiêu Dẹp Độc Hại.

25. Chí tâm đảnh lễ: Nam Mô Quán Thế Âm Bồ Tát Ban Bảo Luân Như Ý.

26. Chí tâm đảnh lễ: Nam Mô Quán Thế Âm Bồ Tát Ban Chú Viên Mãn Vô Ngại Đại Bi Tâm.

27. Chí tâm đảnh lễ: Nam Mô Quán Thế Âm Bồ Tát Phá Sạch Tất Cả Nghiệp Chướng.

28. Chí tâm đảnh lễ: Nam Mô Quán Thế Âm Bồ Tát Ban Linh Chú Ma-Ha Ba-Đầu Ma Chiên Đàn Ma Ni Tâm.

29. Chí tâm đảnh lễ: Nam Mô Quán Thế Âm Bồ Tát Tiêu Diệt Các Đường Ác.

30. Chí tâm đảnh lễ: Nam Mô Quán Thế Âm Bồ Tát Đem Lại Nhiều Lợi Ích Cho Chúng Sanh.

31. Chí tâm đảnh lễ: Nam Mô Quán Thế Âm Bồ Tát Viên Mãn Mọi Điều Nguyện Cho Chúng Sanh.

32. Chí tâm đảnh lễ: Nam Mô Quán Thế Âm Bồ Tát Hay Cứu Khổ Những Người Khó Sinh.

33. Chí tâm đảnh lễ: Nam Mô Quán Thế Âm Bồ Tát Đầy Đủ Tâm Đại Bi.

34. Chí tâm đảnh lễ: Nam Mô Quán Thế Âm Bồ Tát Đầy Đủ Tâm Đại Từ.

35. Chí tâm đảnh lễ: Nam Mô Quán Thế Âm Bồ Tát Phá Tan Cửa Địa Ngục.

36. Chí tâm đảnh lễ: Nam Mô Quán Thế Âm Bồ Tát Đủ Loại Âm Thanh.

37. Chí tâm đảnh lễ: Nam Mô Quán Thế Âm Bồ Tát Đủ Loại Sắc Tướng.

38. Chí tâm đảnh lễ: Nam Mô Quán Thế Âm Bồ Tát Đủ Các Sự Lợi Lạc.

39. Chí tâm đảnh lễ: Nam Mô Quán Thế Âm Bồ Tát Đủ Loại Cứu Khổ Cứu Nạn.

40. Chí tâm đảnh lễ: Nam Mô Quán Thế Âm Bồ Tát Đủ Loại Thần Thông.

41. Chí tâm đảnh lễ: Nam Mô Quán Thế Âm Bồ Tát Hay Đầy Đủ Tất Cả Các Nguyện.

42. Chí tâm đảnh lễ: Nam Mô Quán Thế Âm Bồ Tát Hay Cứu Thoát Khỏi Tội Trọng Ngũ Nghịch.

43. Chí tâm đảnh lễ: Nam Mô Quán Thế Âm Bồ Tát Hay Giải Trừ Bùa Chú Thuốc Độc Trù Yếm.

44. Chí tâm đảnh lễ: Nam Mô Quán Thế Âm Bồ Tát Hay Chữa Các Bệnh Đầu Óc Ngực Và Hông.

45. Chí tâm đảnh lễ: Nam Mô Quán Thế Âm Bồ Tát Hay Chữa Các Bệnh Cổ Họng.

46. Chí tâm đảnh lễ: Nam Mô Quán Thế Âm Bồ Tát Hay Chữa Các Bệnh Ở Miệng Bụng Eo Lưng.

47. Chí tâm đảnh lễ: Nam Mô Quán Thế Âm Bồ Tát Hay Chữa Các Bệnh Mắt Tai Môi Lưỡi.

48. Chí tâm đảnh lễ: Nam Mô Quán Thế Âm Bồ Tát Hay Chữa Các Bệnh Răng Nướu Mũi Thân.

49. Chí tâm đảnh lễ: Nam Mô Quán Thế Âm Bồ Tát Hay Chữa Các Bệnh Tay Chân.

50. Chí tâm đảnh lễ: Nam Mô Quán Thế Âm Bồ Tát Hay Chữa Các Bệnh Cùi Hủi Điên Cuồng.

51. Chí tâm đảnh lễ: Nam Mô Quán Thế Âm Bồ Tát Hay Trừ Các Quỷ Thần Hại Người.

52. Chí tâm đảnh lễ: Nam Mô Quán Thế Âm Bồ Tát Hay Trừ Các Tai Ách Đao Binh Nước Lửa.

53. Chí tâm đảnh lễ: Nam Mô Quán Thế Âm Bồ Tát Hay Trừ Sấm Sét Động Đất Khủng Bố.

54. Chí tâm đảnh lễ: Nam Mô Quán Thế Âm Bồ Tát Hay Trừ Oan Gia Trộm Cướp.

55. Chí tâm đảnh lễ: Nam Mô Quán Thế Âm Bồ Tát Hay Trừ Những Quân Giặc Tàn Ác.

56. Chí tâm đảnh lễ: Nam Mô Quán Thế Âm Bồ Tát Hay Trừ Ba Tai Nạn Và Chín Hoạnh Tử.

57. Chí tâm đảnh lễ: Nam Mô Quán Thế Âm Bồ Tát Hay Trừ Những Ác Mộng Quái Dị.

58. Chí tâm đảnh lễ: Nam Mô Quán Thế Âm Bồ Tát Hay Trừ Các Loại Rắn Rết Bò Cạp.

59. Chí tâm đảnh lễ: Nam Mô Quán Thế Âm Bồ Tát Hay Hàng Phục Các Loài Thú Độc Dữ.

60. Chí tâm đảnh lễ: Nam Mô Quán Thế Âm Bồ Tát Hay Giải Trừ Việc Quan Lại Kiện Tụng.

61. Chí tâm đảnh lễ: Nam Mô Quán Thế Âm Bồ Tát Hay Thị Hiện Thế Giới Cực Lạc Làm Lợi Lạc Chúng Sanh.

62. Chí tâm đảnh lễ: Nam Mô Quán Thế Âm Bồ Tát Hay Làm Cho Người Trì Niệm Được Nhiều Người Kính Mến.

63. Chí tâm đảnh lễ: Nam Mô Quán Thế Âm Bồ Tát Hay Làm Cho Người Trì Niệm Được Đầy Đủ Tài Lộc Thế Gian.

64. Chí tâm đảnh lễ: Nam Mô Quán Thế Âm Bồ Tát Hay Làm Cho Người Được Tăng Trưởng Tất Cả Các Món Đồ Vui Thích.

65. Chí tâm đảnh lễ: Nam Mô Quán Thế Âm Bồ Tát Hay Làm Cho Chúng Sanh Tăng Trưởng Tất Cả Thế Lực.

66. Chí tâm đảnh lễ: Nam Mô Quán Thế Âm Bồ Tát Hay Ban Cho Mạng Sống Dài Lâu.

67. Chí tâm đảnh lễ: Nam Mô Quán Thế Âm Bồ Tát Hay Ban Cho Chúng Sanh Được Giàu Sang Và Sống Lâu.

68. Chí tâm đảnh lễ: Nam Mô Quán Thế Âm Bồ Tát Tâm Vô Vi.

69. Chí tâm đảnh lễ: Nam Mô Quán Thế Âm Bồ Tát Tâm Không Ô Nhiễm.

70. Chí tâm đảnh lễ: Nam Mô Quán Thế Âm Bồ Tát Tâm Quán Không.

71. Chí tâm đảnh lễ: Nam Mô Quán Thế Âm Bồ Tát Tâm Cung Kính.

72. Chí tâm đảnh lễ: Nam Mô Quán Thế Âm Bồ Tát Tâm Khiêm Nhường.

73. Chí tâm đảnh lễ: Nam Mô Quán Thế Âm Bồ Tát Tâm Không Tán Loạn.

74. Chí tâm đảnh lễ: Nam Mô Quán Thế Âm Bồ Tát Tâm Nhớ Nghĩ Đà La Ni.

75. Chí tâm đảnh lễ: Nam Mô Quán Thế Âm Bồ Tát Tâm Thệ Độ Tất Cả Chúng Sanh.

76. Chí tâm đảnh lễ: Nam Mô Quán Thế Âm Bồ Tát Nghìn Mắt Soi Khắp.

77. Chí tâm đảnh lễ: Nam Mô Quán Thế Âm Bồ Tát Nghìn Tay Gìn Giữ.

78. Chí tâm đảnh lễ: Nam Mô Quán Thế Âm Bồ Tát Hay Trừ Tám Mươi Bốn Nghìn Loại Bệnh.

79. Chí tâm đảnh lễ: Nam Mô Quán Thế Âm Bồ Tát Hay Hàng Phục Các Ác Quỷ Thần.

80. Chí tâm đảnh lễ: Nam Mô Quán Thế Âm Bồ Tát Hay Hàng Phục Các Thiên Ma.

81. Chí tâm đảnh lễ: Nam Mô Quán Thế Âm Bồ Tát Hay Chế Phục Ngoại Đạo.

82. Chí tâm đảnh lễ: Nam Mô Quán Thế Âm Bồ Tát Hay Trừ Các Sơn Tinh Và Các Loại Quỷ Ly My Võng Lượng.

83. Chí tâm đảnh lễ: Nam Mô Quán Thế Âm Bồ Tát Hay Trừ Tâm Tà.

84. Chí tâm đảnh lễ: Nam Mô Quán Thế Âm Bồ Tát Hay Trừ Tâm Tham Nhiễm.

85. Chí tâm đảnh lễ: Nam Mô Quán Thế Âm Bồ Tát Hay Làm Cho Chúng Sanh Được Quả Lành.

86. Chí tâm đảnh lễ: Nam Mô Quán Thế Âm Bồ Tát Hay Làm Đầy Đủ Kho Tàng Thân Phật.

87. Chí tâm đảnh lễ: Nam Mô Quán Thế Âm Bồ Tát Làm Cho Đầy Đủ Kho Tàng Thân Quang Minh.

88. Chí tâm đảnh lễ: Nam Mô Quán Thế Âm Bồ Tát Kho Tạng Từ Bi.

89. Chí tâm đảnh lễ: Nam Mô Quán Thế Âm Bồ Tát Kho Tạng Diệu Pháp.

90. Chí tâm đảnh lễ: Nam Mô Quán Thế Âm Bồ Tát Kho Tạng Thiền Định.

91. Chí tâm đảnh lễ: Nam Mô Quán Thế Âm Bồ Tát Kho Tàng Hư Không.

92. Chí tâm đảnh lễ: Nam Mô Quán Thế Âm Bồ Tát Kho Tàng Vô Úy.

93. Chí tâm đảnh lễ: Nam Mô Quán Thế Âm Bồ Tát Kho Tàng Thường Trụ.

94. Chí tâm đảnh lễ: Nam Mô Quán Thế Âm Bồ Tát Kho Tàng Giải Thoát.

95. Chí tâm đảnh lễ: Nam Mô Quán Thế Âm Bồ Tát Kho Tàng Dược Vương.

96. Chí tâm đảnh lễ: Nam Mô Quán Thế Âm Bồ Tát Kho Tàng Thần Thông.

97. Chí tâm đảnh lễ: Nam Mô Quán Thế Âm Bồ Tát Tự Tại Rộng Lớn.

98. Chí tâm đảnh lễ: Nam Mô Quán Thế Âm Bồ Tát Tự Tại Lắng Nghe Âm Thanh Thế Gian.

99. Chí tâm đảnh lễ: Nam Mô Quán Thế Âm Bồ Tát Nhiên Sách.

100. Chí tâm đảnh lễ: Nam Mô Quán Thế Âm Bồ Tát Ngàn Con Mắt Sáng.

Nay Con Cúi Đầu Lễ, Nguyện Cùng Các Chúng Sanh Nguyện Cầu Gì Đều Được Đầy Đủ.

101. Chí tâm đảnh lễ: Nam Mô Quán Thế Âm Bồ Tát An Lạc Thành Tựu Chúng Sanh.

102. Chí tâm đảnh lễ: Nam Mô Quán Thế Âm Bồ Tát Làm Cho Chúng Sanh Đầy Đủ Nguyện Lực Đại Bi.

103. Chí tâm đảnh lễ: Nam Mô Quán Thế Âm Bồ Tát Hiện Thân Làm Công Hạnh Bồ Tát.

104. Chí tâm đảnh lễ: Nam Mô Quán Thế Âm Bồ Tát Bất Không Quyến Sách.

105. Chí tâm đảnh lễ: Nam Mô Quán Thế Âm Bồ Tát Trừ Đau Mắt.

106. Chí tâm đảnh lễ: Nam Mô Quán Thế Âm Bồ Tát Trừ Đau Tai.

107. Chí tâm đảnh lễ: Nam Mô Quán Thế Âm Bồ Tát Trừ Đau Mũi.

108. Chí tâm đảnh lễ: Nam Mô Quán Thế Âm Bồ Tát Trừ Đau Lưỡi.

109. Chí tâm đảnh lễ: Nam Mô Quán Thế Âm Bồ Tát Trừ Đau Răng.

110. Chí tâm đảnh lễ: Nam Mô Quán Thế Âm Bồ Tát Trừ Đau Nướu Răng.

111. Chí tâm đảnh lễ: Nam Mô Quán Thế Âm Bồ Tát Trừ Đau Môi.

112. Chí tâm đảnh lễ: Nam Mô Quán Thế Âm Bồ Tát Trừ Đau Tim Ngực.

113. Chí tâm đảnh lễ: Nam Mô Quán Thế Âm Bồ Tát Trừ Đau Rốn.

114. Chí tâm đảnh lễ: Nam Mô Quán Thế Âm Bồ Tát Trừ Đau Xương Sống.

115. Chí tâm đảnh lễ: Nam Mô Quán Thế Âm Bồ Tát Trừ Đau Sườn Nách.

116. Chí tâm đảnh lễ: Nam Mô Quán Thế Âm Bồ Tát Trừ Đau Xương Quai Hàm.

117. Chí tâm đảnh lễ: Nam Mô Quán Thế Âm Bồ Tát Trừ Đau Xương Cùng.

118. Chí tâm đảnh lễ: Nam Mô Quán Thế Âm Bồ Tát Trừ Đau Đầu Gối.

119. Chí tâm đảnh lễ: Nam Mô Quán Thế Âm Bồ Tát Trừ Đau Khớp Xương.

120. Chí tâm đảnh lễ: Nam Mô Quán Thế Âm Bồ Tát Trừ Đau Tay Chân.

121. Chí tâm đảnh lễ: Nam Mô Quán Thế Âm Bồ Tát Trừ Đau Đầu Và Mặt.

122. Chí tâm đảnh lễ: Nam Mô Quán Thế Âm Bồ Tát Trừ Đau Cổ Họng.

123. Chí tâm đảnh lễ: Nam Mô Quán Thế Âm Bồ Tát Trừ Đau Bả Vai Và Bắp Thịt.

124. Chí tâm đảnh lễ: Nam Mô Quán Thế Âm Bồ Tát Trừ Bệnh Phong Hàn.

125. Chí tâm đảnh lễ: Nam Mô Quán Thế Âm Bồ Tát Trừ Bệnh Thời Khí.

126. Chí tâm đảnh lễ: Nam Mô Quán Thế Âm Bồ Tát Trừ Bệnh Trĩ.

127. Chí tâm đảnh lễ: Nam Mô Quán Thế Âm Bồ Tát Trừ Bệnh Kiết Lỵ.

128. Chí tâm đảnh lễ: Nam Mô Quán Thế Âm Bồ Tát Trừ Bệnh Đường Tiểu.

129. Chí tâm đảnh lễ: Nam Mô Quán Thế Âm Bồ Tát Trừ Bệnh Bướu.

130. Chí tâm đảnh lễ: Nam Mô Quán Thế Âm Bồ Tát Trừ Bệnh Cùi.

131. Chí tâm đảnh lễ: Nam Mô Quán Thế Âm Bồ Tát Trừ Bệnh Ung Thư.

132. Chí tâm đảnh lễ: Nam Mô Quán Thế Âm Bồ Tát Trừ Bệnh Sốt Rét Và Ghẻ Lở.

133. Chí tâm đảnh lễ: Nam Mô Quán Thế Âm Bồ Tát Trừ Bệnh Bọc Nhọt.

134. Chí tâm đảnh lễ: Nam Mô Quán Thế Âm Bồ Tát Trừ Bệnh Nhọt Màu Cam.

135. Chí tâm đảnh lễ: Nam Mô Quán Thế Âm Bồ Tát Trừ Bệnh Nhọt Đốm Hoa.

136. Chí tâm đảnh lễ: Nam Mô Quán Thế Âm Bồ Tát Trừ Bệnh Nhọt Lâu.

137. Chí tâm đảnh lễ: Nam Mô Quán Thế Âm Bồ Tát Trừ Bệnh Nhọt Độc.

138. Chí tâm đảnh lễ: Nam Mô Quán Thế Âm Bồ Tát Trừ Bệnh Nhọt Sưng Phù.

139. Chí tâm đảnh lễ: Nam Mô Quán Thế Âm Bồ Tát Trừ Bệnh Ban Đỏ.

140. Chí tâm đảnh lễ: Nam Mô Quán Thế Âm Bồ Tát Trừ Bệnh Nhọt Đầu Đinh.

141. Chí tâm đảnh lễ: Nam Mô Quán Thế Âm Bồ Tát Trừ Bệnh Sảy Rạ.

142. Chí tâm đảnh lễ: Nam Mô Quán Thế Âm Bồ Tát Trừ Bệnh Sưng Nhức.

143. Chí tâm đảnh lễ: Nam Mô Quán Thế Âm Bồ Tát Trừ Bệnh Động Kinh.

144. Chí tâm đảnh lễ: Nam Mô Quán Thế Âm Bồ Tát Trừ Bệnh Đau Gan.

145. Chí tâm đảnh lễ: Nam Mô Quán Thế Âm Bồ Tát Giải Trừ Khỏi Giam Cầm Xiềng Xích.

146. Chí tâm đảnh lễ: Nam Mô Quán Thế Âm Bồ Tát Giải Trừ Khỏi Sự Đánh Mắng Phỉ Báng.

147. Chí tâm đảnh lễ: Nam Mô Quán Thế Âm Bồ Tát Giải Trừ Khỏi Sự Mưu Hại Khủng Bố.

148. Chí tâm đảnh lễ: Nam Mô Quán Thế Âm Bồ Tát Giải Trừ Những Sự Không Lợi Ích.

149. Chí tâm đảnh lễ: Nam Mô Quán Thế Âm Bồ Tát Trì Chú Lợi Chúng Sanh.

150. Chí tâm đảnh lễ: Nam Mô Quán Thế Âm Bồ Tát Trì Chú Nước Tắm Người Tắm Được Tiêu Trừ Tội Chướng.

151. Chí tâm đảnh lễ: Nam Mô Quán Thế Âm Bồ Tát Trì Chú Gió Thổi Khiến Thân Người Lợi Lạc.

152. Chí tâm đảnh lễ: Nam Mô Quán Thế Âm Bồ Tát Trì Chú Lời Nói Được Người Hoan Hỷ Yêu Kính.

153. Chí tâm đảnh lễ: Nam Mô Quán Thế Âm Bồ Tát Trì Chú Gió Thổi Người Gặp Được Diệt Tội.

154. Chí tâm đảnh lễ: Nam Mô Quán Thế Âm Bồ Tát Khiến Người Trì Chú Được Trời Rồng Ủng Hộ.

155. Chí tâm đảnh lễ: Nam Mô Quán Thế Âm Bồ Tát Năng Lực Thần Chú Hay Trừ Tai Nạn Cho Đất Nước.

156. Chí tâm đảnh lễ: Nam Mô Quán Thế Âm Bồ Tát Năng Lực Thần Chú Hay Trừ Oán Địch Của Nước Khác.

157. Chí tâm đảnh lễ: Nam Mô Quán Thế Âm Bồ Tát Năng Lực Thần Chú Khiến Cho Đất Nước Được Mùa.

158. Chí tâm đảnh lễ: Nam Mô Quán Thế Âm Bồ Tát Năng Lực Thần Chú Hay Trừ Bệnh Dịch Lan Tràn.

159. Chí tâm đảnh lễ: Nam Mô Quán Thế Âm Bồ Tát Hay Trừ Nạn Lụt Lội Khô Cạn.

160. Chí tâm đảnh lễ: Nam Mô Quán Thế Âm Bồ Tát Trừ Những Hiện Tượng Tan Biến Của Mặt Trời Mặt Trăng.

161. Chí tâm đảnh lễ: Nam Mô Quán Thế Âm Bồ Tát Hay Ngăn Ngừa Những Người Mưu Nghịch Làm Phản.

162. Chí tâm đảnh lễ: Nam Mô Quán Thế Âm Bồ Tát Hay Khiến Cho Oán Địch Nước Ngoài Tự Đầu Hàng.

163. Chí tâm đảnh lễ: Nam Mô Quán Thế Âm Bồ Tát Hay Làm Cho Đất Nước Trở Về Nền Chính Trị Chân Chính.

164. Chí tâm đảnh lễ: Nam Mô Quán Thế Âm Bồ Tát Hay Làm Cho Mưa Gió Thuận Thời.

165. Chí tâm đảnh lễ: Nam Mô Quán Thế Âm Bồ Tát Hay Làm Cho Cây Trái Vật Thực Dồi Dào.

166. Chí tâm đảnh lễ: Nam Mô Quán Thế Âm Bồ Tát Hay Làm Cho Nước Thịnh Dân An.

167. Chí tâm đảnh lễ: Nam Mô Quán Thế Âm Bồ Tát Hay Làm Cho Việc Ác Tiêu Diệt.

168. Chí tâm đảnh lễ: Nam Mô Quán Thế Âm Bồ Tát Hay Làm Cho Đất Nước An Ổn.

169. Chí tâm đảnh lễ: Nam Mô Quán Thế Âm Bồ Tát Khiến Bồ Tát Nhật Quang Ủng Hộ Chúng Sanh.

170. Chí tâm đảnh lễ: Nam Mô Quán Thế Âm Bồ Tát Khiến Bồ Tát Nguyệt Quang Ủng Hộ Chúng Sanh.

171. Chí tâm đảnh lễ: Nam Mô Quán Thế Âm Bồ Tát Hay Làm Cho Mầm Pháp Đại Thừa Tăng Trưởng.

172. Chí tâm đảnh lễ: Nam Mô Quán Thế Âm Bồ Tát Hay Làm Tăng Trưởng Và Thành Tựu Sự Tu Hành.

173. Chí tâm đảnh lễ: Nam Mô Quán Thế Âm Bồ Tát Hay Giải Trừ Mười Lăm Loại Chết Không Lành.

174. Chí tâm đảnh lễ: Nam Mô Quán Thế Âm Bồ Tát Khiến Không Bị Khổ Chết Đói.

175. Chí tâm đảnh lễ: Nam Mô Quán Thế Âm Bồ Tát Khiến Không Bị Chết Vì Giam Cầm Đánh Đập.

176. Chí tâm đảnh lễ: Nam Mô Quán Thế Âm Bồ Tát Khiến Không Bị Chết Vì Oan Thù Đối Nghịch.

177. Chí tâm đảnh lễ: Nam Mô Quán Thế Âm Bồ Tát Khiến Không Bị Chết Vì Giết Nhau Trong Quân Trận.

178. Chí tâm đảnh lễ: Nam Mô Quán Thế Âm Bồ Tát Hay Khiến Không Bị Chết Khổ Vì Kẻ Oán Thù.

179. Chí tâm đảnh lễ: Nam Mô Quán Thế Âm Bồ Tát Khiến Không Chết Vì Rắn Độc Cắn.

180. Chí tâm đảnh lễ: Nam Mô Quán Thế Âm Bồ Tát Khiến Không Bị Chết Vì Lửa Cháy Nước Cuốn.

181. Chí tâm đảnh lễ: Nam Mô Quán Thế Âm Bồ Tát Khiến Không Bị Chết Vì Trúng Thuốc Độc.

182. Chí tâm đảnh lễ: Nam Mô Quán Thế Âm Bồ Tát Khiến Không Bị Chết Vì Bùa Chú Độc Hại.

183. Chí tâm đảnh lễ: Nam Mô Quán Thế Âm Bồ Tát Khiến Không Bị Chết Vì Cuồng Loạn Thất Niệm.

184. Chí tâm đảnh lễ: Nam Mô Quán Thế Âm Bồ Tát Khiến Không Bị Chết Vì Cây Đổ Bờ Sụp.

185. Chí tâm đảnh lễ: Nam Mô Quán Thế Âm Bồ Tát Khiến Không Bị Chết Vì Người Ác Thư Ếm.

186. Chí tâm đảnh lễ: Nam Mô Quán Thế Âm Bồ Tát Khiến Không Bị Chết Vì Tà Thần Ác Quỷ.

187. Chí tâm đảnh lễ: Nam Mô Quán Thế Âm Bồ Tát Khiến Không Bị Chết Vì Bệnh Khó Chữa Trị.

188. Chí tâm đảnh lễ: Nam Mô Quán Thế Âm Bồ Tát Khiến Không Bị Chết Vì Không Biết Thân Phận Tự Hại.

189. Chí tâm đảnh lễ: Nam Mô Quán Thế Âm Bồ Tát Khiến Được Sanh Vào Mười Lăm Cõi Lành.

190. Chí tâm đảnh lễ: Nam Mô Quán Thế Âm Bồ Tát Khiến Sanh Ra Gặp Vua Lành.

191. Chí tâm đảnh lễ: Nam Mô Quán Thế Âm Bồ Tát Khiến Thường Sanh Vào Đất Nước An Lành.

192. Chí tâm đảnh lễ: Nam Mô Quán Thế Âm Bồ Tát Khiến Thường Sanh Vào Thời Tốt.

193. Chí tâm đảnh lễ: Nam Mô Quán Thế Âm Bồ Tát Khiến Thường Gặp Bạn Lành.

194. Chí tâm đảnh lễ: Nam Mô Quán Thế Âm Bồ Tát Khiến Thân Căn Đầy Đủ.

195. Chí tâm đảnh lễ: Nam Mô Quán Thế Âm Bồ Tát Khiến Đạo Tâm Thuần Thục.

196. Chí tâm đảnh lễ: Nam Mô Quán Thế Âm Bồ Tát Khiến Chẳng Phạm Giới Cấm.

197. Chí tâm đảnh lễ: Nam Mô Quán Thế Âm Bồ Tát Khiến Cùng Gia Quyến Hoà Thuận.

198. Chí tâm đảnh lễ: Nam Mô Quán Thế Âm Bồ Tát Khiến Cho Được Người Cung Kính.

199. Chí tâm đảnh lễ: Nam Mô Quán Thế Âm Bồ Tát Khiến Cho Tài Sản Không Bị Người Cướp Đoạt.

200. Chí tâm đảnh lễ: Nam Mô Quán Thế Âm Bồ Tát Khiến Cầu Gì Được Nấy.

Nay Con Cúi Đầu Lễ, Nguyện Cùng Các Chúng Sanh Nguyện Cầu Gì Đều Được Đầy Đủ.

201. Chí tâm đảnh lễ: Nam Mô Quán Thế Âm Bồ Tát Khiến Cho Thiên Long Thiện Thần Thường Ủng Hộ.

202. Chí tâm đảnh lễ: Nam Mô Quán Thế Âm Bồ Tát Khiến Sanh Ra Được Gặp Phật Nghe Pháp.

203. Chí tâm đảnh lễ: Nam Mô Quán Thế Âm Bồ Tát Khiến Nghe Được Chánh Pháp Hiểu Nghĩa Thâm Sâu.

204. Chí tâm đảnh lễ: Nam Mô Quán Thế Âm Bồ Tát Cho Con Sớm Biết Tất Cả Các Pháp.

205. Chí tâm đảnh lễ: Nam Mô Quán Thế Âm Bồ Tát Cho Con Sớm Được Mắt Trí Tuệ.

206. Chí tâm đảnh lễ: Nam Mô Quán Thế Âm Bồ Tát Cho Con Nhanh Chóng Độ Tất Cả Chúng Sanh.

207. Chí tâm đảnh lễ: Nam Mô Quán Thế Âm Bồ Tát Cho Con Sớm Được Phương Tiện Thiện Lành.

208. Chí tâm đảnh lễ: Nam Mô Quán Thế Âm Bồ Tát Cho Con Chóng Lên Thuyền Bát Nhã.

209. Chí tâm đảnh lễ: Nam Mô Quán Thế Âm Bồ Tát Cho Con Sớm Vượt Qua Biển Khổ.

210. Chí tâm đảnh lễ: Nam Mô Quán Thế Âm Bồ Tát Cho Con Chóng Được Con Đường Giới Định.

211. Chí tâm đảnh lễ: Nam Mô Quán Thế Âm Bồ Tát Cho Con Sớm Lên Cõi Niết Bàn.

212. Chí tâm đảnh lễ: Nam Mô Quán Thế Âm Bồ Tát Cho Con Sớm Gặp Nhà Vô Vi.

213. Chí tâm đảnh lễ: Nam Mô Quán Thế Âm Bồ Tát Cho Con Sớm Được Đồng Thân Pháp Tánh.

214. Chí tâm đảnh lễ: Nam Mô Quán Thế Âm Bồ Tát Cho Con Thường Thấy Mười Phương Chư Phật.

215. Chí tâm đảnh lễ: Nam Mô Quán Thế Âm Bồ Tát Cho Con Thường Nghe Tất Cả Thiện Pháp.

216. Chí tâm đảnh lễ: Nam Mô Quán Thế Âm Bồ Tát Cho Con Thường Thấy Ngàn Tay Ngàn Mắt.

217. Chí tâm đảnh lễ: Nam Mô Quán Thế Âm Bồ Tát Thường Ở Núi Phổ Đà.

218. Chí tâm đảnh lễ: Nam Mô Quán Thế Âm Bồ Tát Thường Nói Chú Đại Bi Tâm.

219. Chí tâm đảnh lễ: Nam Mô Quán Thế Âm Bồ Tát Hay Khiến Thần Kim Cang Mật Tích Ủng Hộ.

220. Chí tâm đảnh lễ: Nam Mô Quán Thế Âm Bồ Tát Hay Khiến Thần Ô Sô Kim Cang Ủng Hộ.

221. Chí tâm đảnh lễ: Nam Mô Quán Thế Âm Bồ Tát Hay Khiến Quân Trà Lợi Kim Cang Ủng Hộ.

222. Chí tâm đảnh lễ: Nam Mô Quán Thế Âm Bồ Tát Hay Khiến Ương Câu Thi Kim Cang Ủng Hộ.

223. Chí tâm đảnh lễ: Nam Mô Quán Thế Âm Bồ Tát Hay Khiến Bát Bộ Lực Sĩ Ủng Hộ.

224. Chí tâm đảnh lễ: Nam Mô Quán Thế Âm Bồ Tát Hay Khiến Thưởng Ca La Kim Cang Ủng Hộ.

225. Chí tâm đảnh lễ: Nam Mô Quán Thế Âm Bồ Tát Hay Khiến Ma Hê Thủ La Ủng Hộ.

226. Chí tâm đảnh lễ: Nam Mô Quán Thế Âm Bồ Tát Hay Khiến Na La Diên Ủng Hộ.

227. Chí tâm đảnh lễ: Nam Mô Quán Thế Âm Bồ Tát Hay Khiến Kim Tỳ La Ủng Hộ.

228. Chí tâm đảnh lễ: Nam Mô Quán Thế Âm Bồ Tát Hay Khiến Bà Tỳ La Ủng Hộ.

229. Chí tâm đảnh lễ: Nam Mô Quán Thế Âm Bồ Tát Hay Khiến Bà Cấp Bà Ủng Hộ.

230. Chí tâm đảnh lễ: Nam Mô Quán Thế Âm Bồ Tát Hay Khiến Ca Lâu La Ủng Hộ.

231. Chí tâm đảnh lễ: Nam Mô Quán Thế Âm Bồ Tát Hay Khiến Mãn-Hỷ-Xa-Bát Ủng Hộ.

232. Chí tâm đảnh lễ: Nam Mô Quán Thế Âm Bồ Tát Hay Khiến Chân Đà La Ủng Hộ.

233. Chí tâm đảnh lễ: Nam Mô Quán Thế Âm Bồ Tát Hay Khiến Bán Kỳ La Ủng Hộ.

234. Chí tâm đảnh lễ: Nam Mô Quán Thế Âm Bồ Tát Hay Khiến Tất Bà Già La Vương Ủng Hộ.

235. Chí tâm đảnh lễ: Nam Mô Quán Thế Âm Bồ Tát Hay Khiến Ứng Đức Tỳ Đa Ủng Hộ.

236. Chí tâm đảnh lễ: Nam Mô Quán Thế Âm Bồ Tát Hay Khiến Tát Hòa La Ủng Hộ.

237. Chí tâm đảnh lễ: Nam Mô Quán Thế Âm Bồ Tát Hay Khiến Tam Bát La Ủng Hộ.

238. Chí tâm đảnh lễ: Nam Mô Quán Thế Âm Bồ Tát Hay Khiến Ngũ Bộ Tịnh Cư Ủng Hộ.

239. Chí tâm đảnh lễ: Nam Mô Quán Thế Âm Bồ Tát Hay Khiến Diễm La Ủng Hộ.

240. Chí tâm đảnh lễ: Nam Mô Quán Thế Âm Bồ Tát Hay Khiến Vua Đế Thích Ủng Hộ.

241. Chí tâm đảnh lễ: Nam Mô Quán Thế Âm Bồ Tát Hay Khiến Đại Biện Thiên Ủng Hộ.

242. Chí tâm đảnh lễ: Nam Mô Quán Thế Âm Bồ Tát Hay Khiến Công Đức Thiên Ủng Hộ.

243. Chí tâm đảnh lễ: Nam Mô Quán Thế Âm Bồ Tát Hay Khiến Bà Niết Na Ủng Hộ.

244. Chí tâm đảnh lễ: Nam Mô Quán Thế Âm Bồ Tát Hay Khiến Vua Trời Đề Đầu Lại Tra Ủng Hộ.

245. Chí tâm đảnh lễ: Nam Mô Quán Thế Âm Bồ Tát Hay Khiến Bổ Đan Na Ủng Hộ.

246. Chí tâm đảnh lễ: Nam Mô Quán Thế Âm Bồ Tát Hay Khiến Đại Lực Chúng Ủng Hộ.

247. Chí tâm đảnh lễ: Nam Mô Quán Thế Âm Bồ Tát Hay Khiến Vua Trời Tỳ Lâu Lặc Xoa Ủng Hộ.

248. Chí tâm đảnh lễ: Nam Mô Quán Thế Âm Bồ Tát Hay Khiến Vua Trời Tỳ Lâu Bát Xoa Ủng Hộ.

249. Chí tâm đảnh lễ: Nam Mô Quán Thế Âm Bồ Tát Hay Khiến Vua Trời Tỳ Sa Môn Ủng Hộ.

250. Chí tâm đảnh lễ: Nam Mô Quán Thế Âm Bồ Tát Hay Khiến Vua Kim Sắc Khổng Tước Ủng Hộ.

251. Chí tâm đảnh lễ: Nam Mô Quán Thế Âm Bồ Tát Hay Khiến Hai Mươi Tám Bộ Đại Tiên Chúng Ủng Hộ.

252. Chí tâm đảnh lễ: Nam Mô Quán Thế Âm Bồ Tát Hay Khiến Vua Ma Ni Ủng Hộ.

253. Chí tâm đảnh lễ: Nam Mô Quán Thế Âm Bồ Tát Hay Khiến Bạt Đà La Ủng Hộ.

254. Chí tâm đảnh lễ: Nam Mô Quán Thế Âm Bồ Tát Hay Khiến Tán Chỉ Đại Tướng Ủng Hộ.

255. Chí tâm đảnh lễ: Nam Mô Quán Thế Âm Bồ Tát Hay Khiến Phất La Bà Ủng Hộ.

256. Chí tâm đảnh lễ: Nam Mô Quán Thế Âm Bồ Tát Hay Khiến Nan Đà Long Vương Ủng Hộ.

257. Chí tâm đảnh lễ: Nam Mô Quán Thế Âm Bồ Tát Hay Khiến Bạt Nan Đà Long Vương Ủng Hộ.

258. Chí tâm đảnh lễ: Nam Mô Quán Thế Âm Bồ Tát Hay Khiến Bà Già La Long Vương Ủng Hộ.

259. Chí tâm đảnh lễ: Nam Mô Quán Thế Âm Bồ Tát Hay Khiến Y Bát La Long Vương Ủng Hộ.

260. Chí tâm đảnh lễ: Nam Mô Quán Thế Âm Bồ Tát Hay Khiến A-Tu- La Ủng Hộ.

261. Chí tâm đảnh lễ: Nam Mô Quán Thế Âm Bồ Tát Hay Khiến Càn Thát Bà Ủng Hộ.

262. Chí tâm đảnh lễ: Nam Mô Quán Thế Âm Bồ Tát Hay Khiến Khẩn Na La Ủng Hộ.

263. Chí tâm đảnh lễ: Nam Mô Quán Thế Âm Bồ Tát Hay Khiến Ma Hầu La Ủng Hộ.

264. Chí tâm đảnh lễ: Nam Mô Quán Thế Âm Bồ Tát Hay Khiến Thủy Thần Ủng Hộ.

265. Chí tâm đảnh lễ: Nam Mô Quán Thế Âm Bồ Tát Hay Khiến Hỏa Thần Ủng Hộ.

266. Chí tâm đảnh lễ: Nam Mô Quán Thế Âm Bồ Tát Hay Khiến Phong Thần Ủng Hộ.

267. Chí tâm đảnh lễ: Nam Mô Quán Thế Âm Bồ Tát Hay Khiến Địa Thần Ủng Hộ.

268. Chí tâm đảnh lễ: Nam Mô Quán Thế Âm Bồ Tát Hay Khiến Lôi Thần Ủng Hộ.

269. Chí tâm đảnh lễ: Nam Mô Quán Thế Âm Bồ Tát Hay Khiến Điện Thần Ủng Hộ.

270. Chí tâm đảnh lễ: Nam Mô Quán Thế Âm Bồ Tát Hay Khiến Cưu Bàn Trà Ủng Hộ.

271. Chí tâm đảnh lễ: Nam Mô Quán Thế Âm Bồ Tát Hay Khiến Tỳ Xá Xà Ủng Hộ.

272. Chí tâm đảnh lễ: Nam Mô Quán Thế Âm Bồ Tát Khiến Nhanh Chóng Đầy Đủ Hạnh Lục Độ.

273. Chí tâm đảnh lễ: Nam Mô Quán Thế Âm Bồ Tát Khiến Nhanh Chóng Chứng Quả Thanh Văn.

274. Chí tâm đảnh lễ: Nam Mô Quán Thế Âm Bồ Tát Khiến Nhanh Chóng Được Tín Căn Đại Thừa.

275. Chí tâm đảnh lễ: Nam Mô Quán Thế Âm Bồ Tát Khiến Nhanh Chóng Được Thập Trụ Địa.

276. Chí tâm đảnh lễ: Nam Mô Quán Thế Âm Bồ Tát Khiến Nhanh Chóng Đến Phật Địa.

277. Chí tâm đảnh lễ: Nam Mô Quán Thế Âm Bồ Tát Khiến Nhanh Chóng Thành Tựu Ba Mươi Hai Tướng.

278. Chí tâm đảnh lễ: Nam Mô Quán Thế Âm Bồ Tát Khiến Nhanh Chóng Thành Tựu Tám Mươi Vẻ Đẹp.

279. Chí tâm đảnh lễ: Nam Mô Quán Thế Âm Bồ Tát Khiến Cửa Địa Ngục Mở, Tội Nhân Giải Thoát.

280. Chí tâm đảnh lễ: Nam Mô Quán Thế Âm Bồ Tát Hay Khiến Chúng Sanh Được Đại Thắng Lạc.

281. Chí tâm đảnh lễ: Nam Mô Quán Thế Âm Bồ Tát Hay Khiến Chúng Sanh Được Lợi Ích Lớn.

282. Chí tâm đảnh lễ: Nam Mô Quán Thế Âm Bồ Tát Lực Chú Hay Khiến Nghiệp Chướng Ác Tan Vỡ.

283. Chí tâm đảnh lễ: Nam Mô Quán Thế Âm Bồ Tát Lực Chú Hay Khiến Ưng Đọa Địa Ngục Liền Được Giải Thoát.

284. Chí tâm đảnh lễ: Nam Mô Quán Thế Âm Bồ Tát Muốn Cầu Vật Gì Được Nhanh Như Gió.

285. Chí tâm đảnh lễ: Nam Mô Quán Thế Âm Bồ Tát Điều Tâm Mong Muốn Trọn Đều Ban Cho.

286. Chí tâm đảnh lễ: Nam Mô Quán Thế Âm Bồ Tát Nếu Muốn Thấy Phật Sẽ Được Thấy Phật.

287. Chí tâm đảnh lễ: Nam Mô Quán Thế Âm Bồ Tát Tâm Bí Mật Cùng Lời Nguyện.

288. Chí tâm đảnh lễ: Nam Mô Quán Thế Âm Bồ Tát Ban Mưa Báu Lớn.

289. Chí tâm đảnh lễ: Nam Mô Quán Thế Âm Bồ Tát Như Cây Đại Kiếp.

290. Chí tâm đảnh lễ: Nam Mô Quán Thế Âm Bồ Tát Như Ngọc Như Ý.

291. Chí tâm đảnh lễ: Nam Mô Quán Thế Âm Bồ Tát Tất Cả Điều Nguyện Trọn Đều Đầy Đủ.

292. Chí tâm đảnh lễ: Nam Mô Quán Thế Âm Bồ Tát Tất Cả Mong Cầu Không Bị Chướng Ngại.

293. Chí tâm đảnh lễ: Nam Mô Quán Thế Âm Bồ Tát Chẳng Cần Chọn Ngày Đọc Liền Thành Tựu.

294. Chí tâm đảnh lễ: Nam Mô Quán Thế Âm Bồ Tát Chẳng Cần Trì Trai Đọc Liền Ứng Nghiệm.

295. Chí tâm đảnh lễ: Nam Mô Quán Thế Âm Bồ Tát Như Ý Luân Chú Không Chú Nào Bằng.

296. Chí tâm đảnh lễ: Nam Mô Quán Thế Âm Bồ Tát Năm Tội Vô Gián Tiêu Diệt Không Còn.

297. Chí tâm đảnh lễ: Nam Mô Quán Thế Âm Bồ Tát Nếu Có Tai Nạn Chỉ Đọc (Chú) Đều Trừ.

298. Chí tâm đảnh lễ: Nam Mô Quán Thế Âm Bồ Tát Lâm Vào Chiến Trận Đều Được Thắng Lợi.

299. Chí tâm đảnh lễ: Nam Mô Quán Thế Âm Bồ Tát Tất Cả Đồ Tốt Đẹp Đều Tự Trang Nghiêm.

300. Chí tâm đảnh lễ: Nam Mô Quán Thế Âm Bồ Tát Thẳng Tới Bồ Đề Xa Lìa Cõi Ác.

Nay Con Cúi Đầu Lễ, Nguyện Cùng Các Chúng Sanh Nguyện Cầu Gì Đều Được Đầy Đủ.

301. Chí tâm đảnh lễ: Nam Mô Quán Thế Âm Bồ Tát Tội Ác Tiêu Diệt Rốt Ráo Thành Phật.

302. Chí tâm đảnh lễ: Nam Mô Quán Thế Âm Bồ Tát Hay Khiến Thực Phẩm Tăng Trưởng.

303. Chí tâm đảnh lễ: Nam Mô Quán Thế Âm Bồ Tát Đồ Dùng Sang Quý Không Hề Thiếu Thốn.

304. Chí tâm đảnh lễ: Nam Mô Quán Thế Âm Bồ Tát Thường Niệm Quán Âm Làm Nơi Nương Tựa Lâu Dài.

305. Chí tâm đảnh lễ: Nam Mô Quán Thế Âm Bồ Tát Từ Vô Lượng Kiếp Thành Tựu Tâm Đại Bi.

306. Chí tâm đảnh lễ: Nam Mô Quán Thế Âm Bồ Tát Đầy Đủ Các Hy Vọng Mong Cầu.

307. Chí tâm đảnh lễ: Nam Mô Quán Thế Âm Bồ Tát Tăng Trưởng Các Pháp Thanh Tịnh.

308. Chí tâm đảnh lễ: Nam Mô Quán Thế Âm Bồ Tát Thành Tựu Tất Cả Căn Lành.

309. Chí tâm đảnh lễ: Nam Mô Quán Thế Âm Bồ Tát Xa Lìa Tất Cả Các Sợ Hãi.

310. Chí tâm đảnh lễ: Nam Mô Quán Thế Âm Bồ Tát Phật Khiến Thiện Thần Thường Ủng Hộ.

311. Chí tâm đảnh lễ: Nam Mô Quán Thế Âm Bồ Tát Hiện Thân Bồ Tát Hóa Độ Chúng Sanh.

312. Chí tâm đảnh lễ: Nam Mô Quán Thế Âm Bồ Tát Hạt Giống Cây Trái Không Bị Hư Hại.

313. Chí tâm đảnh lễ: Nam Mô Quán Thế Âm Bồ Tát Tay Cầm Châu Như Ý.

314. Chí tâm đảnh lễ: Nam Mô Quán Thế Âm Bồ Tát Tay Cầm Quyến Sách (lưới vải).

315. Chí tâm đảnh lễ: Nam Mô Quán Thế Âm Bồ Tát Tay Cầm Bát Báu.

316. Chí tâm đảnh lễ: Nam Mô Quán Thế Âm Bồ Tát Tay Cầm Gươm Báu.

317. Chí tâm đảnh lễ: Nam Mô Quán Thế Âm Bồ Tát Tay Cầm Bạt Triết La.

318. Chí tâm đảnh lễ: Nam Mô Quán Thế Âm Bồ Tát Tay Cầm Chày Kim Cang.

319. Chí tâm đảnh lễ: Nam Mô Quán Thế Âm Bồ Tát Tay Ban Vô Úy.

320. Chí tâm đảnh lễ: Nam Mô Quán Thế Âm Bồ Tát Tay Cầm Nhật Tinh Ma Ni.

321. Chí tâm đảnh lễ: Nam Mô Quán Thế Âm Bồ Tát Tay Cầm Nguyệt Tinh Ma Ni.

322. Chí tâm đảnh lễ: Nam Mô Quán Thế Âm Bồ Tát Tay Cầm Cung Báu.

323. Chí tâm đảnh lễ: Nam Mô Quán Thế Âm Bồ Tát Tay Cầm Tên Báu.

324. Chí tâm đảnh lễ: Nam Mô Quán Thế Âm Bồ Tát Tay Cầm Cành Dương.

325. Chí tâm đảnh lễ: Nam Mô Quán Thế Âm Bồ Tát Tay Cầm Phất Trần Trắng.

326. Chí tâm đảnh lễ: Nam Mô Quán Thế Âm Bồ Tát Tay Cầm Bình Hồ Lô.

327. Chí tâm đảnh lễ: Nam Mô Quán Thế Âm Bồ Tát Tay Cầm Lệnh Bài.

328. Chí tâm đảnh lễ: Nam Mô Quán Thế Âm Bồ Tát Tay Cầm Búa.

329. Chí tâm đảnh lễ: Nam Mô Quán Thế Âm Bồ Tát Tay Cầm Vòng Ngọc.

330. Chí tâm đảnh lễ: Nam Mô Quán Thế Âm Bồ Tát Tay Cầm Hoa Sen Trắng.

331. Chí tâm đảnh lễ: Nam Mô Quán Thế Âm Bồ Tát Tay Cầm Hoa Sen Xanh.

332. Chí tâm đảnh lễ: Nam Mô Quán Thế Âm Bồ Tát Tay Cầm Gương Báu.

333. Chí tâm đảnh lễ: Nam Mô Quán Thế Âm Bồ Tát Tay Cầm Hoa Sen Tím.

334. Chí tâm đảnh lễ: Nam Mô Quán Thế Âm Bồ Tát Tay Nâng Mây Năm Sắc.

335. Chí tâm đảnh lễ: Nam Mô Quán Thế Âm Bồ Tát Tay Cầm Bình Quân Trì.

336. Chí tâm đảnh lễ: Nam Mô Quán Thế Âm Bồ Tát Tay Cầm Hoa Sen Hồng.

337. Chí tâm đảnh lễ: Nam Mô Quán Thế Âm Bồ Tát Tay Cầm Kích Báu.

338. Chí tâm đảnh lễ: Nam Mô Quán Thế Âm Bồ Tát Tay Cầm Loa Báu.

339. Chí tâm đảnh lễ: Nam Mô Quán Thế Âm Bồ Tát Tay Cầm Tích Trượng Đầu Lâu.

340. Chí tâm đảnh lễ: Nam Mô Quán Thế Âm Bồ Tát Tay Cầm Chuỗi Tràng Ngọc.

341. Chí tâm đảnh lễ: Nam Mô Quán Thế Âm Bồ Tát Tay Cầm Bình Báu.

342. Chí tâm đảnh lễ: Nam Mô Quán Thế Âm Bồ Tát Tay Cầm Ấn Báu.

343. Chí tâm đảnh lễ: Nam Mô Quán Thế Âm Bồ Tát Tay Cầm Kích Câu Thi Thiết.

344. Chí tâm đảnh lễ: Nam Mô Quán Thế Âm Bồ Tát Tay Cầm Tích Trượng.

345. Chí tâm đảnh lễ: Nam Mô Quán Thế Âm Bồ Tát Hai Tay Chấp Lại.

346. Chí tâm đảnh lễ: Nam Mô Quán Thế Âm Bồ Tát Tay Nâng Hóa Phật.

347. Chí tâm đảnh lễ: Nam Mô Quán Thế Âm Bồ Tát Tay Nâng Hóa Cung Điện.

348. Chí tâm đảnh lễ: Nam Mô Quán Thế Âm Bồ Tát Tay Cầm Kinh Báu.

349. Chí tâm đảnh lễ: Nam Mô Quán Thế Âm Bồ Tát Tay Cầm Bánh Xe Kim Cang Bất Thối.

350. Chí tâm đảnh lễ: Nam Mô Quán Thế Âm Bồ Tát Tay Nâng Hóa Phật Trên Đỉnh Đầu.

351. Chí tâm đảnh lễ: Nam Mô Quán Thế Âm Bồ Tát Tay Cầm Chùm Nho.

352. Chí tâm đảnh lễ: Nam Mô Quán Thế Âm Bồ Tát Đủ Bốn Mươi Hai Tay.

353. Chí tâm đảnh lễ: Nam Mô Quán Thế Âm Bồ Tát Đủ Mắt Thần Thông.

354. Chí tâm đảnh lễ: Nam Mô Quán Thế Âm Bồ Tát Đủ Tai Thần Thông.

355. Chí tâm đảnh lễ: Nam Mô Quán Thế Âm Bồ Tát Đủ Mũi Thần Thông.

356. Chí tâm đảnh lễ: Nam Mô Quán Thế Âm Bồ Tát Đủ Lưỡi Thần Thông.

357. Chí tâm đảnh lễ: Nam Mô Quán Thế Âm Bồ Tát Đủ Thân Thần Thông.

358. Chí tâm đảnh lễ: Nam Mô Quán Thế Âm Bồ Tát Đủ Ý Thần Thông.

359. Chí tâm đảnh lễ: Nam Mô Quán Thế Âm Bồ Tát Được Thiên Nhãn Thông.

360. Chí tâm đảnh lễ: Nam Mô Quán Thế Âm Bồ Tát Được Thiên Nhĩ Thông.

361. Chí tâm đảnh lễ: Nam Mô Quán Thế Âm Bồ Tát Được Thiên Tỷ Thông.

362. Chí tâm đảnh lễ: Nam Mô Quán Thế Âm Bồ Tát Được Thiên Thiệt Thông.

363. Chí tâm đảnh lễ: Nam Mô Quán Thế Âm Bồ Tát Được Thiên Thân Thông.

364. Chí tâm đảnh lễ: Nam Mô Quán Thế Âm Bồ Tát Được Thiên Ý Thông.

365. Chí tâm đảnh lễ: Nam Mô Quán Thế Âm Bồ Tát Được Ngàn Tay.

366. Chí tâm đảnh lễ: Nam Mô Quán Thế Âm Bồ Tát Được Ngàn Mắt.

367. Chí tâm đảnh lễ: Nam Mô Quán Thế Âm Bồ Tát Được Tâm Đại Bi Đà La Ni.

368. Chí tâm đảnh lễ: Nam Mô Quán Thế Âm Bồ Tát Được Phổ Môn Thị Hiện.

369. Chí tâm đảnh lễ: Nam Mô Quán Thế Âm Bồ Tát Được Tâm Độ Sanh.

370. Chí tâm đảnh lễ: Nam Mô Quán Thế Âm Bồ Tát Được Như Nguyện.

371. Chí tâm đảnh lễ: Nam Mô Quán Thế Âm Bồ Tát Hay Nói Tâm Đại Bi Đà La Ni.

372. Chí tâm đảnh lễ: Nam Mô Quán Thế Âm Bồ Tát Khiến Được Quả Thập Địa.

373. Chí tâm đảnh lễ: Nam Mô Quán Thế Âm Bồ Tát Khiến Chứng Tứ Quả.

374. Chí tâm đảnh lễ: Nam Mô Quán Thế Âm Bồ Tát Khiến Không Quên Mất Đại Đà La Ni.

375. Chí tâm đảnh lễ: Nam Mô Quán Thế Âm Bồ Tát Khiến Thường Đọc Chú Này Không Bị Gián Đoạn.

376. Chí tâm đảnh lễ: Nam Mô Quán Thế Âm Bồ Tát Chế Ngự Tâm Một Nơi.

377. Chí tâm đảnh lễ: Nam Mô Quán Thế Âm Bồ Tát Nghìn Mắt Soi Thấy.

378. Chí tâm đảnh lễ: Nam Mô Quán Thế Âm Bồ Tát Nghìn Tay Bảo Vệ Giữ Gìn.

379. Chí tâm đảnh lễ: Nam Mô Quán Thế Âm Bồ Tát Xuất Khẩu Ngôn Âm.

380. Chí tâm đảnh lễ: Nam Mô Quán Thế Âm Bồ Tát Được Chín Mươi Chín Ức Hằng Hà Sa Chư Phật Ái Niệm.

381. Chí tâm đảnh lễ: Nam Mô Quán Thế Âm Bồ Tát Dùng Thật Tướng Quán Chúng Sanh.

382. Chí tâm đảnh lễ: Nam Mô Quán Thế Âm Bồ Tát Được Ánh Sáng Của Tất Cả Như Lai Soi Chiếu.

383. Chí tâm đảnh lễ: Nam Mô Quán Thế Âm Bồ Tát Luôn Dùng Đà La Ni Cứu Chúng Sanh.

384. Chí tâm đảnh lễ: Nam Mô Quán Thế Âm Bồ Tát Thường Được Trăm Nghìn Tam Muội Hiện Tiền.

385. Chí tâm đảnh lễ: Nam Mô Quán Thế Âm Bồ Tát Hay Khiến Trời Rồng Tám Bộ Ủng Hộ.

386. Chí tâm đảnh lễ: Nam Mô Quán Thế Âm Bồ Tát Kiếp Tam Tai Không Thể Hại.

387. Chí tâm đảnh lễ: Nam Mô Quán Thế Âm Bồ Tát Thường Dùng Đà La Ni Chữa Bệnh Chúng Sanh.

388. Chí tâm đảnh lễ: Nam Mô Quán Thế Âm Bồ Tát Được Tự Tại Đi Khắp Các Nước Phật.

389. Chí tâm đảnh lễ: Nam Mô Quán Thế Âm Bồ Tát Tụng Chú Này Âm Thanh Không Dứt.

390. Chí tâm đảnh lễ: Nam Mô Quán Thế Âm Bồ Tát Nơi Có Ngài, Khiến Nhân Dân An Lạc.

391. Chí tâm đảnh lễ: Nam Mô Quán Thế Âm Bồ Tát Đầy Đủ Uy Thần Bất Khả Tư Nghì.

392. Chí tâm đảnh lễ: Nam Mô Quán Thế Âm Bồ Tát Hiện Bày Công Đức Sáu Chữ Đà La Ni.

393. Chí tâm đảnh lễ: Nam Mô Quán Thế Âm Bồ Tát Đầy Đủ Các Loại Pháp Lạc Lợi Lạc Chúng Sanh.

394. Chí tâm đảnh lễ: Nam Mô Quán Thế Âm Bồ Tát Được Hóa Thân Nói Pháp.

PHẦN CHÁNH KINH

395. Chí tâm đảnh lễ: Nam Mô Quán Thế Âm Bồ Tát Hiện Thân Phật Nói Pháp.

396. Chí tâm đảnh lễ: Nam Mô Quán Thế Âm Bồ Tát Hiện Thân Bích Chi Phật Nói Pháp.

397. Chí tâm đảnh lễ: Nam Mô Quán Thế Âm Bồ Tát Hiện Thân Thanh Văn Nói Pháp.

398. Chí tâm đảnh lễ: Nam Mô Quán Thế Âm Bồ Tát Hiện Thân Phạm Vương Nói Pháp.

399. Chí tâm đảnh lễ: Nam Mô Quán Thế Âm Bồ Tát Hiện Thân Đế Thích Nói Pháp.

400. Chí tâm đảnh lễ: Nam Mô Quán Thế Âm Bồ Tát Hiện Thân Tự Tại Thiên Nói Pháp.

Nay Con Cúi Đầu Lễ, Nguyện Cùng Các Chúng Sanh Nguyện Cầu Gì Đều Được Đầy Đủ.

401. Chí tâm đảnh lễ: Nam Mô Quán Thế Âm Bồ Tát Hiện Thân Đại Tự Tại Thiên Nói Pháp.

402. Chí tâm đảnh lễ: Nam Mô Quán Thế Âm Bồ Tát Hiện Thân Thiên Đại Tướng Quân Nói Pháp.

403. Chí tâm đảnh lễ: Nam Mô Quán Thế Âm Bồ Tát Hiện Thân Tỳ Sa Môn Nói Pháp.

404. Chí tâm đảnh lễ: Nam Mô Quán Thế Âm Bồ Tát Hiện Thân Tiểu Vương Nói Pháp.

405. Chí tâm đảnh lễ: Nam Mô Quán Thế Âm Bồ Tát Hiện Thân Trưởng Giả Nói Pháp.

406. Chí tâm đảnh lễ: Nam Mô Quán Thế Âm Bồ Tát Hiện Thân Cư Sĩ Nói Pháp.

407. Chí tâm đảnh lễ: Nam Mô Quán Thế Âm Bồ Tát Hiện Thân Tể Quan Nói Pháp.

408. Chí tâm đảnh lễ: Nam Mô Quán Thế Âm Bồ Tát Hiện Thân Bà La Môn Nói Pháp.

409. Chí tâm đảnh lễ: Nam Mô Quán Thế Âm Bồ Tát Hiện Thân Tỳ Kheo Nói Pháp.

410. Chí tâm đảnh lễ: Nam Mô Quán Thế Âm Bồ Tát Hiện Thân Tỳ Kheo Ni Nói Pháp.

411. Chí tâm đảnh lễ: Nam Mô Quán Thế Âm Bồ Tát Hiện Thân Ưu Bà Tắc Nói Pháp.

412. Chí tâm đảnh lễ: Nam Mô Quán Thế Âm Bồ Tát Hiện Thân Ưu Bà Di Nói Pháp.

413. Chí tâm đảnh lễ: Nam Mô Quán Thế Âm Bồ Tát Hiện Thân Phụ Nữ Nói Pháp.

414. Chí tâm đảnh lễ: Nam Mô Quán Thế Âm Bồ Tát Hiện Thân Đồng Nam Nói Pháp.

415. Chí tâm đảnh lễ: Nam Mô Quán Thế Âm Bồ Tát Hiện Thân Đồng Nữ Nói Pháp.

416. Chí tâm đảnh lễ: Nam Mô Quán Thế Âm Bồ Tát Hiện Thân Trời Nói Pháp.

417. Chí tâm đảnh lễ: Nam Mô Quán Thế Âm Bồ Tát Hiện Thân Rồng Nói Pháp.

418. Chí tâm đảnh lễ: Nam Mô Quán Thế Âm Bồ Tát Hiện Thân Dạ Xoa Nói Pháp.

419. Chí tâm đảnh lễ: Nam Mô Quán Thế Âm Bồ Tát Hiện Thân Càn Thát Bà Nói Pháp.

420. Chí tâm đảnh lễ: Nam Mô Quán Thế Âm Bồ Tát Hiện Thân A Tu La Nói Pháp.

421. Chí tâm đảnh lễ: Nam Mô Quán Thế Âm Bồ Tát Hiện Thân Ca Lầu La Nói Pháp.

422. Chí tâm đảnh lễ: Nam Mô Quán Thế Âm Bồ Tát Hiện Thân Khẩn Na La Nói Pháp.

423. Chí tâm đảnh lễ: Nam Mô Quán Thế Âm Bồ Tát Hiện Thân Ma Hầu La Già Nói Pháp.

424. Chí tâm đảnh lễ: Nam Mô Quán Thế Âm Bồ Tát Hiện Thân Người Nói Pháp.

425. Chí tâm đảnh lễ: Nam Mô Quán Thế Âm Bồ Tát Hiện Thân Phi Nhân Nói Pháp.

426. Chí tâm đảnh lễ: Nam Mô Quán Thế Âm Bồ Tát Hiện Thân Thần Chấp Kim Cang Nói Pháp.

427. Chí tâm đảnh lễ: Nam Mô Quán Thế Âm Bồ Tát Ban Cho Sự Không Sợ Hãi.

428. Chí tâm đảnh lễ: Nam Mô Quán Thế Âm Bồ Tát Tự Tại.

429. Chí tâm đảnh lễ: Nam Mô Quán Thế Âm Bồ Tát Cảm Ứng.

430. Chí tâm đảnh lễ: Nam Mô Quán Thế Âm Bồ Tát Được Thân Như Vậy.

431. Chí tâm đảnh lễ: Nam Mô Quán Thế Âm Bồ Tát Được Mắt Như Vậy.

432. Chí tâm đảnh lễ: Nam Mô Quán Thế Âm Bồ Tát Được Tai Như Vậy.

433. Chí tâm đảnh lễ: Nam Mô Quán Thế Âm Bồ Tát Được Mũi Như Vậy.

434. Chí tâm đảnh lễ: Nam Mô Quán Thế Âm Bồ Tát Được Lưỡi Như Vậy.

435. Chí tâm đảnh lễ: Nam Mô Quán Thế Âm Bồ Tát Được Ý Như Vậy.

436. Chí tâm đảnh lễ: Nam Mô Quán Thế Âm Bồ Tát Được Thấy Như Vậy.

437. Chí tâm đảnh lễ: Nam Mô Quán Thế Âm Bồ Tát Được Nghe Như Vậy.

438. Chí tâm đảnh lễ: Nam Mô Quán Thế Âm Bồ Tát Được Dụng Như Vậy.

439. Chí tâm đảnh lễ: Nam Mô Quán Thế Âm Bồ Tát Được Hạnh Như Vậy.

440. Chí tâm đảnh lễ: Nam Mô Quán Thế Âm Bồ Tát Được Ái Như Vậy.

441. Chí tâm đảnh lễ: Nam Mô Quán Thế Âm Bồ Tát Được Kính Như Vậy.

442. Chí tâm đảnh lễ: Nam Mô Quán Thế Âm Bồ Tát Lễ Ngài Như Lễ Chư Phật.

443. Chí tâm đảnh lễ: Nam Mô Quán Thế Âm Bồ Tát Gần Ngài Như Gần Chư Phật.

444. Chí tâm đảnh lễ: Nam Mô Quán Thế Âm Bồ Tát Được Ngài Như Được Chư Phật.

445. Chí tâm đảnh lễ: Nam Mô Quán Thế Âm Bồ Tát Nhớ Ngài Như Nhớ Chư Phật.

446. Chí tâm đảnh lễ: Nam Mô Quán Thế Âm Bồ Tát Phụng Sự Ngài Như Phụng Sự Chư Phật.

447. Chí tâm đảnh lễ: Nam Mô Quán Thế Âm Bồ Tát Cúng Dường Ngài Như Cúng Dường Chư Phật.

448. Chí tâm đảnh lễ: Nam Mô Quán Thế Âm Bồ Tát Tịnh Ba Nghiệp.

449. Chí tâm đảnh lễ: Nam Mô Quán Thế Âm Bồ Tát Được Danh Hiệu Vi Diệu Quán Âm.

450. Chí tâm đảnh lễ: Nam Mô Quán Thế Âm Bồ Tát Trừ Khổ Não Ba Đường.

451. Chí tâm đảnh lễ: Nam Mô Quán Thế Âm Bồ Tát Pháp Giới Được Thanh Lương.

452. Chí tâm đảnh lễ: Nam Mô Quán Thế Âm Bồ Tát Dễ Dàng Giải Thoát Các Khổ Chúng Sanh.

453. Chí tâm đảnh lễ: Nam Mô Quán Thế Âm Bồ Tát Quán Âm Thanh Này Mà Được Giải Thoát.

454. Chí tâm đảnh lễ: Nam Mô Quán Thế Âm Bồ Tát Khiến Thuốc Độc Biến Thành Nước Cam Lồ.

455. Chí tâm đảnh lễ: Nam Mô Quán Thế Âm Bồ Tát Khiến Người Lìa Dục.

456. Chí tâm đảnh lễ: Nam Mô Quán Thế Âm Bồ Tát Khiến Người Lìa Sân.

457. Chí tâm đảnh lễ: Nam Mô Quán Thế Âm Bồ Tát Khiến Người Lìa Si.

458. Chí tâm đảnh lễ: Nam Mô Quán Thế Âm Bồ Tát Cho Người Được Con Trai Con Gái.

459. Chí tâm đảnh lễ: Nam Mô Quán Thế Âm Bồ Tát Nhận Người Lễ Bái Phước Không Mất Đi.

460. Chí tâm đảnh lễ: Nam Mô Quán Thế Âm Bồ Tát Nhận Người Cúng Dường Phước Không Cùng Tận.

461. Chí tâm đảnh lễ: Nam Mô Quán Thế Âm Bồ Tát Dùng Đủ Loại Hình Đi Các Quốc Độ.

462. Chí tâm đảnh lễ: Nam Mô Quán Thế Âm Bồ Tát Đi Các Quốc Độ Độ Thoát Chúng Sanh.

463. Chí tâm đảnh lễ: Nam Mô Quán Thế Âm Bồ Tát Khéo Ứng Hiện Vào Các Nơi.

464. Chí tâm đảnh lễ: Nam Mô Quán Thế Âm Bồ Tát Thệ Lớn Sâu Như Biển.

465. Chí tâm đảnh lễ: Nam Mô Quán Thế Âm Bồ Tát Trải Nhiều Kiếp Chẳng Nghĩ Bàn.

466. Chí tâm đảnh lễ: Nam Mô Quán Thế Âm Bồ Tát Hầu Nhiều Nghìn Ức Phật.

467. Chí tâm đảnh lễ: Nam Mô Quán Thế Âm Bồ Tát Phát Nguyện Lớn Thanh Tịnh.

468. Chí tâm đảnh lễ: Nam Mô Quán Thế Âm Bồ Tát Nghe Danh Chẳng Luống Qua.

469. Chí tâm đảnh lễ: Nam Mô Quán Thế Âm Bồ Tát Thấy Thân Chẳng Luống Qua.

470. Chí tâm đảnh lễ: Nam Mô Quán Thế Âm Bồ Tát Tâm Niệm Chẳng Luống Qua.

471. Chí tâm đảnh lễ: Nam Mô Quán Thế Âm Bồ Tát Hay Diệt Các Khổ Hữu.

472. Chí tâm đảnh lễ: Nam Mô Quán Thế Âm Bồ Tát Kẻ Định Hãm Hại Liền Khởi Tâm Từ.

473. Chí tâm đảnh lễ: Nam Mô Quán Thế Âm Bồ Tát Đầy Đủ Lực Thần Thông.

474. Chí tâm đảnh lễ: Nam Mô Quán Thế Âm Bồ Tát Rộng Tu Trí Phương Tiện.

475. Chí tâm đảnh lễ: Nam Mô Quán Thế Âm Bồ Tát Không Cõi Nào Chẳng Hiện Thân.

476. Chí tâm đảnh lễ: Nam Mô Quán Thế Âm Bồ Tát Khổ Sanh Lão Bệnh Tử Liền Diệt.

477. Chí tâm đảnh lễ: Nam Mô Quán Thế Âm Bồ Tát Được Quán Chân Thật.

478. Chí tâm đảnh lễ: Nam Mô Quán Thế Âm Bồ Tát Được Quán Thanh Tịnh.

479. Chí tâm đảnh lễ: Nam Mô Quán Thế Âm Bồ Tát Được Quán Trí Tuệ Quảng Đại.

480. Chí tâm đảnh lễ: Nam Mô Quán Thế Âm Bồ Tát Được Bi Quán.

481. Chí tâm đảnh lễ: Nam Mô Quán Thế Âm Bồ Tát Được Từ Quán.

482. Chí tâm đảnh lễ: Nam Mô Quán Thế Âm Bồ Tát Thường Nguyện Thường Chiêm Ngưỡng.

483. Chí tâm đảnh lễ: Nam Mô Quán Thế Âm Bồ Tát Ánh Sáng Thanh Tịnh Vô Cấu.

484. Chí tâm đảnh lễ: Nam Mô Quán Thế Âm Bồ Tát Mặt Trời Tuệ Phá Các Tối Tăm.

485. Chí tâm đảnh lễ: Nam Mô Quán Thế Âm Bồ Tát Ánh Sáng Chiếu Khắp Thế Gian.

486. Chí tâm đảnh lễ: Nam Mô Quán Thế Âm Bồ Tát Thể Từ Bi Của Giới Đức Rền Vang Như Sấm.

487. Chí tâm đảnh lễ: Nam Mô Quán Thế Âm Bồ Tát Ý Niệm Từ Bi Mây Lành Lớn.

488. Chí tâm đảnh lễ: Nam Mô Quán Thế Âm Bồ Tát Rải Mưa Pháp Cam Lồ.

489. Chí tâm đảnh lễ: Nam Mô Quán Thế Âm Bồ Tát Diệt Trừ Lửa Phiền Não.

490. Chí tâm đảnh lễ: Nam Mô Quán Thế Âm Bồ Tát Các Oán Thù Đều Lui Tan.

491. Chí tâm đảnh lễ: Nam Mô Quán Thế Âm Bồ Tát Bậc Diệu Âm.

492. Chí tâm đảnh lễ: Nam Mô Quán Thế Âm Bồ Tát Bậc Phạm Âm.

493. Chí tâm đảnh lễ: Nam Mô Quán Thế Âm Bồ Tát Bậc Hải Triều Âm.

494. Chí tâm đảnh lễ: Nam Mô Quán Thế Âm Bồ Tát Bậc Thánh Thanh Tịnh.

495. Chí tâm đảnh lễ: Nam Mô Quán Thế Âm Bồ Tát Mắt Lành Nhìn Chúng Sanh.

496. Chí tâm đảnh lễ: Nam Mô Quán Thế Âm Bồ Tát Biển Phước Tu Vô Lượng.

497. Chí tâm đảnh lễ: Nam Mô Quán Thế Âm Bồ Tát Nơi Nương Tựa Lúc Khổ Não Nạn Chết.

498. Chí tâm đảnh lễ: Nam Mô Quán Thế Âm Bồ Tát Ủng Hộ Phật Pháp Khiến Thường Còn.

499. Chí tâm đảnh lễ: Nam Mô Quán Thế Âm Bồ Tát Ngày Đêm Tự Thân An Trụ Trong Chánh Pháp.

500. Chí tâm đảnh lễ: Nam Mô Quán Thế Âm Bồ Tát Khắp Xứ Khắp Nơi Thường An Lạc.

Nay Con Cúi Đầu Lễ, Nguyện Cùng Các Chúng Sanh Nguyện Cầu Gì Đều Được Đầy Đủ.

Nguyện cho cha mẹ nhiều đời, oán thân nhiều kiếp, tám nạn, ba đường, cô hồn, trệ phách, siêu sanh nước An Lạc, tội lỗi sinh ra từ vô lượng kiếp thảy đều tiêu diệt.

PHẦN SÁM HỐI

PHÚNG TỤNG QUÁN ÂM BỒ TÁT TÙY TÂM CHÚ:

Án, đa rị đa rị, đốt đa rị, đốt đốt đa rị, đốt rị sa hạ (3 lần).

QUY MỆNH SÁM HỐI

Ngưỡng bạch Đức Quán Thế Âm Bồ Tát, giữ niệm từ bi, ghi tâm lợi lạc, chỉ cho phương pháp đầu thành kính lễ, mở ra con đường sửa đổi lỗi lầm tự thân mới mẻ.

Ngài thương xót chúng con và các chúng hữu tình, trong đời này, kiếp này đã gây ra các tội lỗi. Những duyên trước, nghiệp xưa đã gây ra chắc chắn phải có oan khiên. Nay chúng con đem thân này làm nghi thức sám hối. Kính mong Ngài dùng cái đức mà dung thứ cho sự lỗi lầm.

Sáu cõi gột trừ nhờ nước pháp,
Ba đường tan biến đượm gió lành,
Gốc tội đổi thành căn phước,
Quả ác biến làm quả lành.

Ngưỡng mong Bồ Tát khoan dung cho sự sám hối này, cùng với bốn ân ba cõi, pháp giới chúng sanh, nguyện được dứt trừ các điều chướng nạn và xin quy mạng lễ sám hối.

CHÍ TÂM SÁM HỐI

Thân này trót đã ra đời,
Gây bao tội lỗi do ta trói gài,
Tấm thân tứ đại sắc tài,
Cả đời rượu thịt có chừa chi đâu.
Nuôi trai, nuôi gái hại người,
Chăn tằm, nấu kén sát sinh hàng đầu,
Tiếp khách đãi rượu li bì,
Quanh năm đủ loại, trược gì chẳng tha.
Người giàu thay đổi đấu, cân,

PHẦN SÁM HỐI

Người nghèo kẻ tính mưu gần, kế xa,
Chẳng hề kính Phật một lời,
Cuối cùng hủy báng Tăng già xấu hư.
Nợ xưa chưa trả ít nhiều,
Lại thêm oán hận khổ phiền người tu,
Của thường trụ, vật chúng Tăng,
Tạo ra tư lợi cho bằng lòng tham.
Hiện ra trước nghiệp kính đài,
Sông tham chìm nổi, lâu dài có hay,
Cõi đời trăm tuổi qua mau,
Địa ngục một thoáng, khó qua dễ vào.
Thiết vi thành quách rộng dài,
Đốt nướng xương cốt phơi ngang quá nhiều,
Đêm nằm ở chốn giường đinh,
Ngày thời dao chém thất kinh không ngừng.
Nghe nói trong ngục cực hình,
Ngục tù đâu kể của mình hay ai,
Thường nghe tuệ nhật quang minh,
Phá tan tăm tối, tội tình tiêu ma.
Muốn cho người thân khỏi sa,

Nương vào Phật lực giúp ta tốt lành,

Không hại vật, đổi lấy người,

Chẳng dùng thịt thú, xương, lông, thai, sừng.

Trăm ngàn cay đắng xin Ngài,

Quán Âm cứu nạn, giúp con nhiều lần,

Trước Ngài các tội chướng kia,

Con nguyền sám hối, từ bi chứng dùm.

(Sau khi sám hối, chí tâm đảnh lễ Tam Bảo ba lạy)

CHÍ TÂM PHÁT NGUYỆN

Con sanh ra đời gặp cảnh phiền não chẳng lành, nguyện cầu được tiêu trừ nguyên nhân của các tội chướng. Vì chưa tỏ ngộ mê theo tà, bị mười điều ác trói buộc, nguyện cho tâm ấy không tiếp nối sanh khởi nữa. Nguyện sớm dứt trừ được những hữu lậu trói buộc triền miên trong Dục giới, Sắc giới và Vô sắc giới.

Nguyện đời đời không tái diễn những sự ô nhiễm về nhân và quả cũng như những trần câu. Nguyện oan trái của ba đời, quá khứ, hiện tại và vị lai vĩnh viễn diệt trừ. Phá trai, phạm giới, mất uy nghi, tất cả một lòng cầu xin sám hối. Nghiệp chướng, báo chướng, phiền não chướng, quán thân thật tướng, tánh đều không. Kính nguyện Chư Phật, Giáo Pháp và Chư Tăng, từ bi gia hộ để pháp thân thanh tịnh sớm hiển bày.

TỰ QUY Y

Tự quy y Phật, xin nguyện chúng sanh, thể theo đạo cả, phát lòng vô thượng (1 lạy)

Tự quy y Pháp, xin nguyện chúng sanh, thấu rõ kinh tạng, trí tuệ như biển (1 lạy)

Tự quy y Tăng, xin nguyện chúng sanh, thống lý Đại chúng, hết thảy không ngại (1 lạy)

KỆ HỒI HƯỚNG

Nguyện đem công đức này
Hướng về khắp tất cả,
Đệ Tử và chúng sanh,
Đều trọn thành Phật đạo.

www.ingramcontent.com/pod-product-compliance
Lightning Source LLC
LaVergne TN
LVHW041712060526
838201LV00043B/699